உச்சிக்குளியல்

ப. ஹரிணி

புக் பெஞ்சர்ஸ்

உச்சிக்குளியல்
ஆசிரியர் ©ப.ஹரிணி

முதற்பதிப்பு 2021
பக்கங்கள் 81

Published by Book Benchers 2021

ISBN 978-93-91423-13-1

TheBookBenchers@gmail.com
Contact 9944992571

Afflicated By
Aelay Publish
www.aelaypublish.com

பதிப்புரை

Book Benchers;

உங்கள் எழுத்துக்கள் உலகத்துடன் பேசட்டும் வழங்கும் தொகுப்புநூல்‘உச்சிக்குளியல்’.

வணக்கம் மக்களே! !தாய்மொழி தமிழிக்கும் அனைத்து தமிழ் நெஞ்சங்களுக்கும் எனது அன்பான வணக்கங்கள்.

உங்களில் ஒருவராகிய நான், தற்போது உச்சிக்குளியல் புத்தகத்தில் தொகுப்பாளராக செயலாற்றுகிறேன்.

கோடிக்கணக்கான ரூபாய் செலவழித்துத் திரைப்படம் எடுக்கிறார்கள். கண்களைப்பதபடுத்தி இதயத்தைப்பக்குவப்படுத்தும் காட்சிகளைப் படங்களில் பார்ப்பது அரிதாகிவிட்டது. பெரும்பாலும் மாயக்காட்சிதான் காட்டப்படுகிறது.

ஆனால், 'உச்சிக்குளியல்' என்ற புத்தகத்தில் ஒருயதார்த்தமான உலகத்தினைக் கவிதை வாயிலாக காணலாம். நடுத்தரமக்களின் உழைப்பு, உழைப்பில்கிடைத்த சராசரி சன்மானம், அவர்களின் போராட்டங்கள், வாழ்வுநிலை , வாழ்வாதாரம், அவர்கள் மேற்கொண்ட நெருக்கடியான நிலைமைகள் மேலும், சின்னஞ்சிறு ஆசைகள் என நடுத்தரமக்களைப்பற்றிதான் இதில்பார்க்கபோகிறோம்.

அவர்களின் வாழ்வில் ஒன்றினை நன்றாக கற்றுக்கொள்ளலாம். அஃதாவது, அவர்களின் சேமிப்பின் முக்கியத்துவம். ஊரடங்குகாலக்கட்டத்திலும் அவர்களின் குடும்பத்தாரின் பசியினை அடக்கியது அந்த சேமிப்பு மட்டும் தான். பிறகு, கூடிவாழ்ந்தால் கோடி நன்மை என்பார்கள். அஃது என்னவோ உண்மைதான். இவர்களின் சிரிப்பிற்கும் மகிழ்விற்கும் அடிப்படையான ஒரு காரணம் என்றால் அஃது ஒற்றுமையும் தான்.

நமது சமூகத்தில் பெரும்பாலும், நடுத்தரமக்கள்தான் இருக்கின்றனர்.அப்படியாகப்பட்ட நடுத்தரவர்க்கத்தினைப்பற்றி 45 கும் மேற்பட்ட எழுத்தாளர்கள் தமது அனுபத்தினையும் சிந்தனைத்துளிகளையும் கொண்டு செதுக்கியுள்ள படைப்புதான் உச்சிக்குளியல்.

அனைவரின் வாழ்த்துகளையும் பாராட்டினையும் எதிர்நோக்கி, உங்கள்கையில் விரைவில்!

உச்சிக்குளியல் புத்தகத்தின் தொகுப்பாளரின் பெயர் ப. ஹரிணி. இவர் டோக்பெருமாட்டிகல்லூரியில்இளநிலைப் பட்டம் படித்து வருகிறார். தமிழ் மீது அதீத ஆர்வமும் மதிப்பும் கொண்டுள்ளார். அதுவே இவரைக் கவி எழுத தூண்டியது. பல புத்தகங்களில் தனது பங்களிப்பைக்கொடுத்துள்ளார். தமிழச்சி என்று கூறுவதில் பெருமிதம் கொள்வார். கவியின் காதலி என்று கூறப்படுவார். கல்லூரி நிகழ்ச்சிகளில் கலந்துக் கொண்டு, தமிழின் சிறப்பினை உணர்த்தியுள்ளார். இவருக்கு கவி மட்டுமே தனிமையின் மருந்தாகும். தமிழ் பட்டிமன்றம் இவருக்கு மிகவும் பிடித்த நிகழ்ச்சி ஆகும்.பல தடங்கள்நேர்ந்தாலும் அக்கவியே அவருக்கு மகிழ்விற்கும் ஆதரவிற்கும் ஒரு அடிப்படையான காரணம் என்று கூறுவார். மேலும், தமிழின் நுணுக்கத்தினையும் உள்ளுணர்வினையும் ஓய்வில்லாமல் கற்றுக்கொள்வதே இவரது பேராசை ஆகும்.

வரிசை எண்	உள்ளடக்கம்
1	உழைக்கும்கரங்கள் (ப.ஹரிணி(kaviyin_kadhali))
2	பற்பல வசமுண்டு (ழஞுங' (கலாம் நேசகி அபிதா))
3	சுரண்டி பார்க்கும் சில்லறைகளும் கருகிப் போன கல்லறைகளும் (பா.கவுசிகா(பார்கவி))
4	நடுத்தரத்தின்நடுக்கம் (த.அருணா)
5	மலர்ந்தும் மலராத மலர்கள் (பா.பிரியன்பாபு)
6	வறுமையின் பிடியில் (ரேவதிபால்மாணிக்கம்)
7	வலிகளின் வல்லமை (நெல்லைசதிஸ்)
8	நடுத்தர ஆசை (சார்லஸ்)
9	தனிமையில்ஒருவன் (நாமக்கல்செந்தில்)
10	உச்சிவெயிலில;ஆத்தங்கரையில. (கவியருவிபா.சரவணன்)
11	நரகமான வீடு (சு.கோகிலா)
12	சராசரி சாமானியன் (கவிதைதமிழச்சி)
13	நடுத்தரத்தின் வாழ்க்கை வரலாறு (ஆ.நர்மதா)
14	வரவு எட்டணா செலவு பத்தணா (நந்தினி)
15	நடுத்தர வர்க்ககதறல் (சரண்யா தேவி குமரவேல்)
16	உயிர் விடுத்தும் உழைப்பு (சக்திவேல்மாரியப்பன்)
17	வரவும் செலவும் (காவியாசெங்கொடி)
18	வியர்வை மழை (இராகுல்கலையரசன்)
19	எட்டாத உயரம் (க்ரிஷ்பாலா)
20	ஓட்டுநர் (சந்தியாமுரளிதரன்)
21	அனுதினம் போராட்டமே (P.Rithika)
22	நடுத்தர நாயகன்(கி) (இந்திரலட்சுமி. இ)
23	நடுத்தர வர்க்கத்தின் இளவரசி (ரா.சௌபர்ணிகா(அக்னி))
24	என் அப்பன் கதை (Maryam Ahamed jeelani sikkander)
25	முள் பாதை (உயிர்த்தெழு நதியா)
26	ஆட்டுக்குட்டி (முனைவர்மு.துர்கா தேவி)
27	வேதனைக் கடல் (ர.லோஹிதா)

28	ஏதோ பிதற்றல் (மே.மு.மணிமாறன்)
29	நடுதர மக்களின் துன்பங்கள் (மு.ஹர்ஷினி)
30	சமாளிப்பதேவாழ்க்கையானால் (தே.ஷாரிகா)
31	வெளிநாட்டில் வாழும் தந்தையும், ஏங்கும் மகளும் (கி. மஞ்சு)
32	உழைத்துக்களைத்தவன் (முனைவர்கவி.சு.நாகவள்ளி)
33	நடுத்தரப் படகு (ச.த.ரேணுகா)
34	சாமானியப் பெண் (தேன்மொழி)
35	தேவை மட்டும் தேவையாக (மா.வசந்த்குமார்)
36	கனா ஏக்கம் ((மு. முஹம்மதுஉமைர்)
37	முயற்சியை கையில் எடு மனிதா (இளங்கவிசு. தீபிகா)
38	வறுமையின் வலி (இதய தூரிகன்)
39	ஊக்கம் எல்லாம் வயிறு (கவிச்செம்மல்ஆ.நித்யகல்யாணி)
40	ஏக்கவரிகள் (நந்தினிமாரப்பன்)
41	நயமான நடுத்தரவாழ்வு (மாயாதி)
42	எப்போது விடியல் (Priya)
43	நடுத்தர உழைப்பு (கவிகவிஞன்இரா. சதீஷ்குமார்)
44	பணம் (மு.கௌரி)
45	நடுத்தர குடும்பத்தின் நிலை (தமிழ்மகன்ப.சிவபிரகதீஷ்)
46	நட்டுத்தர மக்களின் குரல் (கவிப்பித்தன் (கார்த்திக்வேல்))
47	நடுக்கமான வாழ்க்கை (பி.மா.வேதா)
48	கந்தகபூமி (பூவை செல்வா)
49	உழைக்கும் வர்க்கம் (ரஞ்சனி பழனிசாமி)
50	நடுத்தரமேநிரந்தரமோ (கவிஞர் பாரதி பாஸ்கி)
1	வியர்வையில்விளைந்தமுத்துக்கள் (த.நர்மதா)
2	உழைப்பின் உருமாற்றம் (மு.பெருமாள்)
3	உளிகளின் விலாசம் (மாலதி ராமதாஸ்)

உழைக்கும் கரங்கள்

வியர்வைத்துளியினால் தாகம் தனிய
தனிந்ததாகத்தினால் உதிர்ந்த
மொட்டுகள்உயிர்ப்பித்து
மலர் செண்டுகளாய்உருவெடுக்க!

அல்லும்பகலும்மந்தையோடுமந்தையாக திரிந்து
மஞ்சள் பட்டு உடுத்தியகதிர்வீச்சால் நொந்து
வெள்ளி
வீதியாய்வானமெங்கும்படர்ந்துள்ளமேகத்தினால்
விடியல் கண்டு
இரவினைத்துரத்திக் கொண்டு எழுப்பிய பகலவன்!

கிடைக்கும்
ஊதியத்தினால்இராப்பொழுதினைவிடியச்செய்து
உழைத்தால் மட்டுமே ஊதியம் என்றும்
ஊதியமே ஒருவேளை உணவு என்ற
வாக்கும்முன்நின்று
சுரண்டப்படுவதினை மர்மம் காத்து!

பக்கத்து வீட்டின் குளிர்பதனியே எங்களுக்கு
மின்விசிறியாய் படர
அங்குள்ள கானொலியானதொலைக்காட்சியே
எங்களுக்கு வானொலியாய்
எங்கள் ஓட்டு வீட்டின் மத்தியில் அப்பங்களாவானது
எங்களுக்கு நிழலாய் உயர நின்று காக்க!

தேவையின் கோட்பாடு முற்றிலும் தெளியப்பட்டு

குழுக்கல் முறையில் தேவையினைப்
பற்றிக்கொண்டு
திருவிழாவிற்காகநல்லுடைஉடுத்தக் காத்திருக்கும்
சின்னஞ்சிறு மழலைகள்!

சேமிப்பிற்கு அண்டம் கொடுத்து வரும் முன்
வினையினைத் தாங்கி,
கோட்பாடுகளுடன் தொடங்கும்பொழுதும்
ஆரவாரமின்றிநொடிந்தநாட்களும்
மாதத்தவணையும்நொறுங்கிபோன பணப்பையும்!

கோடி கோடிகனவுகள்நாட்காட்டின்தாள்களாய்
பறக்க
விருப்பங்களைத்தனிக்க எண்ணிவைத்த
சில்லறைகள் யாவும்எக்காளமிட!
பச்சை மிளகாயும்கூட்டாஞ்சோறும்ஆனந்தத்தின்
எல்லையில்

‘இருபவனுக்கு மனமில்லாமல்
கொடுப்பவனுக்கு பணமில்லை’என்ற
வாக்கினைமேம்படுத்தி

ஓடாய்தேயும்உழைக்கும் கரங்கள்!

- **ப. ஹரிணி (kaviyin_kadhali)**

பற்பல வசமுண்டு

விந்தையால் விதியாயின்
விற்றே கிடந்திடுவேன்!
வியப்பேதும் நாடாமல்
நாளெல்லாம் நகர்வதுவே!

வாழ வழியிருக்கு,
வளமாய் சிந்திக்க விழியிருக்கு,
வரம்பேது உடல் நீருக்கு?
வாழ்கிறதே உயிர்நீளும் வரை!

ஆசையெல்லாம் ஆறிடாது,
அயராதுழைத்தும் நேரிடாது!
இந்த நாட்களெல்லாம்,
இனிதே கடக்க நேரிடுமா?

தரத்தில் ஏதம்மா வாழ்க்கை?
வாழும் குணத்தில்,
வகை வகையாய்,
வானமளக்கும் திறனுண்டு!

நடுத்தர ஏன் நிரந்தரம்?
நாள் சிறப்பாய்
சிறந்தால் சுதந்திரம்,
தாம் இன்புறுவதே மந்திரம்!

- ழஞங' (கலாம் நேசகி அபிதா)

சுரண்டி பார்க்கும் சில்லறைகளும் கருகிப் போன கல்லறைகளும்

குறுக்கும் நெடுக்குமாய்கூறுபோட்டுவிடும்
குட்டி குட்டி ஆசைகள்!
கோடி கோடிகனவுகள்!
மாத இறுதியானாலே
சுரண்டி பார்க்கும் சில்லறைகள்!
மக்கிப் போன மாஞ்சாக்கயிறுகள்!
ஒட்டுப்போட்டுக்கொள்ளும் ஒய்யாரமான
ஒப்பனைகள்!
காய்ந்து போன கருவாடாய்,
ஒருநாள் பிழைப்புக்கேசிங்கியடிக்கும்
சூது வாதுதெரியாத,
பால் மனம் மாறாத,
பந்தயக்குதிரைகள்!
கடமையும்கண்ணியமுமாய் இருக்கும்
சின்சியர்சிகாமணிகள்!
அல்லும்பகலும் உழைத்து கொடுத்தும்,
அரை வயிற்றுக்கஞ்சிக்கு கூட
அல்லோலகல்லோலப்படும்
அன்றாடக்காட்சிகள் !
கோடு போட்டு குடும்பம் நடத்தும்
கோகுலவாசிகள்!
ஏன் இந்த அவலநிலை!
சொர்க்க வாசல் திறக்காதா!
நடுத்தர வாசிகளின்
வாக்குத்தான்பலிக்காதா!
இம்மையும்மறுமையுமாய்
இன்று போய் நாளை வந்து இம்சைபடுத்துகிறதே!

“துஷ்டனைக் கண்டால் தூர விலக”
துணிவும் தைரியமும்
துணிந்து நின்று
தோள் கொடுக்காதா!
ஏக்கமும்எதிர்பார்ப்பும்
ஏணிப்படி ஏறி ஏமாற்றுகிறதே!
ஆசைகளும்,பேராசைகளும்
கப்பம் கட்டி கடன்வாங்குகிறதே!
கனவும்,காதலும்
கல்லறையில் கண்ணீர் கரைகின்றதே!
இதற்கெல்லாம் விடிவுகாலம் என்று ஒன்று
பிறக்கவேபிறக்காதா!
எங்கள் பிழைப்பு நடக்காதா!
வாடிப் போய் நின்ற மனம்
தன்னம்பிக்கையே அதற்கு
தகுந்த பலம்!

-பா.கவுசிகா(பார்கவி)

நடுத்தரத்தின்நடுக்கம்

பிள்ளைகளின்பட்டினியை போக்க
தன் வயிற்றை
பட்டினி போட்டு வாழும் மக்களுடன் பிறந்த
எனக்கு
ஆசைகள் உண்டு
நிறைவேற்ற தான் தகுதி இல்லை என்று என்னை
நிராகரிக்கும் இந்த சமூகத்தில்
என் கனவை நிறைவேற்ற யார் வருவார்
ஏக்கதுடனே என் வாழ்க்கை கடந்து விடுமா
நடுத்தர குடும்பம் தான்
ஆனால் ஒருபோதும்
நடுங்கி வாழும் மனிதன் அல்ல நாங்கள்!

- த. அருணா

மலர்ந்தும் மலராத மலர்கள்

அக்கம் பக்கம் யாரும் இல்லை!
குறைகள் கூற எவரும் இல்லை!
பூஞ்சை பிடித்த உணவைக் கொண்டு
ஆறு பேரும் பசி ஆறுவோம்!

வீடு முழுக்க குப்பை வாங்கி!
பயன்படுத்தாமல்ஊரைச்சுற்றுவோம்!

ஆசைக்கும்ஏக்கத்திற்கும் வேலி இல்லை!
ஆகையால் கண்ணீர் கடலில் தத்தளிப்போம்!

நாளைக்கு என்ன நடக்கும் என்ற
அதிமேதாவிகளின்சிந்தனைகளால்
இன்றைய நாளை தினந்தோறும் இழப்போம்!

கலாம் சொன்ன பொன் மொழி
இளைஞர்களே கனவு காணுங்கள்!
அக்கனவை மட்டும் தவறாதுகாணுவோம்!

வானிலை ஆய்வு மையம் கூறும்
வானிலை அறிவிக்கை போல்
எங்கள் வாழ்க்கையும் கேள்விக்குறியே!

இப்படிப்பட்ட
மலர்ந்தும்! மலராத! மலர்கள்! நாங்கள்!

-பா.பிரியன்பாபு

வறுமையின் பிடியில்

இன்று ஒரு நாள் ஓய்வு கொண்டால்
நாளை நம் குடும்பம் பசியின் பிடியில் வாழும்
என்பதை உணர்ந்து சிறிதும் ஓய்வு இன்றி
உழைக்கும் நடுத்தர வர்க்கத்தினரே!
உங்கள் படைப்பில் மட்டும் ஏன் இறைவன்
இத்தனை பிழைகளைக் கொடுத்து மகிழ்ச்சி
கொள்கின்றானோ தெரியவில்லை
படைத்தவனே உங்கள்
வலியையும்வேதனையையும் புரிந்து
கொள்ளாதபோது
அறுசுவை உணவு உன்டு
அடுக்குமாடியில் குடியிருக்கும் மனிதவாசிகளுக்கு
புரிய போகிறது உங்கள் வலியும்வேதனையும்!
உங்கள் வீட்டுப்பிள்ளைகளிடமேகற்றுக்கொள்ள
வேண்டும்
நிறைவேறாதகனவுகளின்வலியையும்
பசியின்கோரத்தாண்டவத்தையும்!
எதிர்பார்ப்பில் இருக்கும் ஏமாற்றத்தின்
வேதனையும்!
உங்கள் பிள்ளைகளிடம் நீங்களும்
கற்றுக்கொள்ளமுயலுங்கள் எல்லாவற்றையும்
எவ்வாறு கடந்துச்செல்லுவதுஎன்று!
என்றாவது ஒரு நாள் மாறும் பாலைவனமான
உங்கள் வாழ்க்கை பசுமையாக
இதுவும் கடந்து போகும்!

_ ரேவதிபால்மாணிக்கம்

வலிகளின் வல்லமை

ஆடம்பர தேவையை,
அடியோடு ஒதுக்கி!
அத்தியாவசியதேவையை,
மனதில் புகுத்தி!
பட்டினி போக்க பழைய கஞ்சி,பச்சைமிளகாய் என
பக்குவ உணவு உண்டு!
நித்தமும் கிட்டிய வேலைக்கு சென்று!
உழைப்பின்ஊதியத்தை உயர்வாய் எண்ணி!
உயர்ந்த விலை ஆடையைகனவில் கண்டாலும்
கூட,
உடுத்த ஏதுவானஆடையை மட்டும் உடலில்
அணிந்து!
வீட்டு நிலைமையைநினைவில் வைத்து!
ஏழ்மையின்வலியை,
எளிமையாய் கடந்து வாழும் வல்லமை
படைத்தவர்களே நடுத்தர குடும்பங்கள்!

- **நெல்லைசதிஸ்**.

நடுத்தர ஆசை

ஆசை மனதில் ஆசை வளர்த்து
சுரண்டப்படுவதேனோ?
உழைப்பவனின்பணத்தோடு அவன் உழைப்பும்
சுரண்டப்படுவதேனோ?
மாதத்தவணையில்அவனைத் திக்குமுக்காட
வைப்பதேனோ??
ஆடம்பர வேடம் கொண்ட நிறுவனங்கள்
நிறுத்திதான்கொள்ளுமா??
உழைப்பவனின் உயிரை உறிஞ்சி தான்
கொல்லுமோ??
விழித்துக் கொள் எம்மக்களே!
விழித்துக் கொள்!
உன் உயிரையும் சுரண்ட காத்துக்
கொண்டிருக்கிறது
ஓர் நயவஞ்சககூட்டத்துடன் கலந்த
மனசஞ்சலத்தோடு கூடிய நடுத்தர வர்க்கம்
விழித்துதான்கொள்ளுமா?
எம் அரசு விளக்கிதான்சொல்லுமா?
உட்புறம் அழுகையும்
வெளிப்புறம் புன்னகையும் கொண்டு
வலியோடுதிரியும் விழி கொண்ட
எம்மக்களை யார் அறிவார்?
போலி அனைத்தையும்விலக்கிதான்கொள்ளுமோ?
அல்ல விதிமுறைகளை விளக்கிதான்கூறுமோ?
இவ்வரசு;
விழித்துக் கொள் மனிதா!
விழித்துக்கொள்!

\- **சார்லஸ்**

தனிமையில்ஒருவன்

சித்திரத்தைத்பார்த்துரசித்து,
கதைகளைக்கேட்டுசிரித்து,
சிந்தனைகளைத்தூண்டிசிதைந்து,
நாட்களைநினைத்துநடுங்கி,எதிர்பார்ப்புகளைப்பார்த்
துஏமாந்து, ஆசையைப்பூட்டிவைத்து,
ருசியானஉணவுகூடஇல்லாமல்,
ஏழ்மைவீட்டில்பிறந்து,
எளிமையேவாழ்க்கை, கிழிசல்ஆடையேஅழகு,
வாடியமலர்போலவேமுகம்,
நித்திரையில்கூடவறுமையோ,
என்றுசிந்தித்துகொண்டேசெல்கிறான்.
நடுத்தரமனிதன்ஒருவன்நாம்எப்போதுஉச்சத்தைஅ
டைவோம்என்றுவினாவைதனக்குள்ளேகேட்டுபித்த
னைப்போலதிரிகிறான்!

- **நாமக்கல்செந்தில்**

உச்சிவெயிலில;
ஆத்தங்கரையில!

ஆலவிழுதுலஊஞ்சலாட
அழகுக்கிளியும்கொஞ்சிப்பாட
சின்னக்குருவிகளும்சிந்துபாட
ஆத்தங்கரைக் குளியல் ரொம்ப இனிமைதானே!

வாலுபசங்க நீச்சலடிக்க
நாலுச்சிறுமிகசிரிச்சுப்பேச
அம்மா அப்பா எல்லா துணியைத்துவைக்க
ஆத்தங்கரை ரொம்ப சொகுசுதானே!

நீரிலஆடுற வெள்ளி மீனுக
உச்சி வெயில ரசிக்கும்
ஆத்துமணலுக
கானல் நீரும்பேசுற
நல்லகணங்கள் தா
ஆத்தங்கரை எனக்கும் பிடிக்கும்தானே!

நண்டும்தவளையும்கரணம்போட
சேத்துலகால்களும்தாளம்போட
ஆத்துதண்ணியில உடலெல்லாம் குளிர்ந்துபோக
ஆத்தங்கரை உனக்கும் பிடிக்கும்தானே!

இன்பத்தைகொடுக்குது ஆத்தங்கரை
புத்துணர்ச்சியதருது ஆத்தங்கரை
தூய்மையதார ஆத்தங்கரை
“உச்சிக் குளியல்”ஒன்னு போட்டு
ஆத்தங்கரையில

அதைப்பத்திகவிநூறு
படைக்கிறே நாளும்
ஆத்தங்கரையிலே!

- **கவியருவிபா.சரவணன்**

நரகமான வீடு

உயிர்களோடு விளையாடும் ஊரடங்கு
உதவாத உறவுகளும் உரிமைகளும்!
காலை முதல் மாலை வரை இடைவிடாது
உழைக்கும்வர்க்கத்தினர் நாங்கள்
விலைவாசி உயர்வால்வதைபடுகிறோம்
ஒரு வேளை உணவிற்குஉதைபடுகிறோம்!
அத்தியாவசியபொருட்களின்றிஅலைக்கழிக்கப்படுகி
றோம்
நடுத்தர மக்களின் வீடு
நரகத்தின்கூடு!
பிஞ்சுகள்உணவின்றிகெஞ்சும்போது
இங்கு
ஒரு வேளை அடுப்பெரிய வழியில்லை
பசியைத்தீர்ப்பதற்குவசதியில்லை
நினைத்தவைக்கிடைக்காது
கிடைத்தவைநிலைக்காது
வரவு வருவதற்குள் செலவு முந்திவிடுகிறது
இதில் எங்கே சேமிப்பு
எங்கள் நிலைமை மாற
என்று விடியல் மாறும்!

- சு. கோகிலா

சராசரி சாமானியன்

நாள் முழுவதும் உழைக்கிறேன்
ஆனாலும்
சரியான சன்மானம் இல்லை
கல்லும்மண்ணும்சுமக்கிறேன்
காடும்மேடும் நடக்கிறேன்
மழையேதுவெயிலேதுஎன்உழைப்புக்கு!
மாற்றம் ஏது என் வாழ்வுக்கு!
சன்மானமோ குறைவு
அவமானமோ அதற்கு எதுக்கு அளவு

சராசரி சன்மானம் பெறும் சாமானியனாய்சகித்துக்
கொண்டே வாழ்கிறேன்
“நடுத்தர மனிதனாய்”!

- **கவிதைதமிழச்சி**

நடுத்தரத்தின் வாழ்க்கை வரலாறு

ஆரவாரமின்றிஆர்பாட்டத்துடன்
கடந்து செல்லும் நாட்கள்
சுமை கொண்டு சுகம் காணும் தருணங்கள்
நல்ல முன்னேற்றத்தை எதிர்நோக்கி காத்திருந்து
கடந்த பாதைகளைமறவாமல்
சிறுகசிறுகச்சேமித்து
தன் வாழ்வில் கண்ட துயரங்களை
நித்தம் நினைத்து தம் மக்கள் நல் வாழ்வு காண
இப்போது அனுபவிக்கும் துயரம்
ஒரு பாடமே
நடுத்தர மக்களின் வாழ்க்கை பாடம்!

- ஆ. நர்மதா

வரவு எட்டணா செலவு பத்தணா

உழைத்து உழைத்து
மாடாய்தேய்ந்தாலும்
மண்ணாய் போனாலும்
ஊதியம் உயர்வதில்லை!

உழைத்த கை இரண்டும்
காய்த்துக்கிடக்கிறது
இரவில்விழிமூட
உறக்கம் வருவதில்லை

மாதவருவாய் வந்தது
மளிகை பாக்கியும்
வீடு வாடகையும் போக
மிச்சத்திற்கு வேட்டு வைக்க
மின்சாரகட்டணமும் வந்தது

நாட்காட்டியில் மாதம் மாறியது
ஒழிந்த வீட்டிற்கு ஒளியேற்ற
தீபஒளி திருநாள் வந்தது
வெகுமதியுடன் சேர்த்து
முன்கூட்டியே சம்பளம் வாங்க தயாராகிறான்

மகன் ஆசையாய் எழுதிய
பட்டாசுப்பட்டியலை
எட்டிப் பார்த்து ஏளனமாய்
எக்காளமிட்டுசிரித்தது
காலியான பணப்பை

அடுத்த இரண்டு மாதங்களில்

வரிசையாக தொடர்ந்தது கொண்டாட்டங்கள்
கிழிந்தசட்டையும்
ஓட்டை வண்டியும்
மீண்டும் தொடரும்!

-

நந்தினி

நடுத்தர வர்க்ககதறல்

என் வர்க்கம் இல்லையேல்
உலகம் வளர்ச்சி
இல்லாது போயிருக்கும்!
முதலாளி வர்க்கத்தின் பகட்டான வசதிக்கும்
ஆடம்பர மகிழுந்திற்கும்
எனது ஓட்டு வீட்டின் வறுமையும்
ஓட்டை மிதிவண்டியும்
காரணம்!
முதலாளி வர்க்கத்தின் வாரிசு முதலாளியாகிட
நானும் என் வாரிசும்
நடுத்தர வர்க்கத்திலே
என் கதறல் நடுத்தர
வர்க்கத்தில் நின்று விடுமோ?
மேல் வர்க்கத்தில் கேட்டு விடுமோ!

-சரண்யா தேவி குமரவேல்

உயிர் விடுத்தும் உழைப்பு

மண்டி யிடுத்து,
அண்டி பிழைத்து,
கிண்டி எடுத்து,
துண்டி துரத்தினும்,
துரும்பேதூதாரம்!

எறும்பது சிறு உயிர்த்து,
தித்திப்பதைபெரு வைத்து –தேனீயின்
தீஞ்சுவை உண்டது போல்,
அரும்பது மலர்ந்து, மணமது பெருகி,
சூடுவோர் சுகம் காண –தீட்டியோர்
தீண்டலாகதேஅதுவோ!

துயில்விடர்த்து துயர் இன்றி,
ஈடுபாடுயிர்த்துஈருயிர் கொண்டு,
துள்ளியெழுந்துஇருகால் ஊன்றி,

நடுகார்நற்றுள்ளம் கொண்டு –நகையது
நனவாக்கி நடமாடும் உயிரல்லவோ!

- **சக்திவேல்மாரியப்பன்**

வரவும் செலவும்

ஓடிக்கொண்டிருக்கிறான் நகை வைத்த கடன்
அடைக்க!
ஓட்டம் தொடர்கிறதுமைந்தர்களின்வாழ்விற்கு
பொருள் சேர்க்க!
அந்த மாத சிக்கனத்தில்குண்டுமணித்தங்கம்,
சொந்தத்தில் நிகழ்ச்சி என்று அதற்கொரு செலவு!
தங்கம் தான் மரியாதையென முறை செய்ய, அந்த
குண்டுமணி தங்கம் தான் நடுத்தரத்தின் விளைவு!
வரவும் செலவும் வட்டியும் வாழ்க்கையும் அன்றாட
நிகழ்வு!
அவன் ஓட்டம் மட்டும் ஓய்ந்தபாடில்லை!
அதன் தாகத்தைகுறைக்கும்பொருட்டு, வடிந்துக்
கொண்டிருக்கின்றன அவன் உச்சந்தலையின்
வேர்வை துளிகள்!

- **காவியாசெங்கொடி**

வியர்வை மழை

உழைத்து களைத்த
உழவன் உடலில்
சொட்டும் வியர்வை
கொட்டும் மழை

நண்பகல் வந்தால்
வெய்யோன் சோதிப்பான்
விவசாயி வீரத்தை

வானம் என்ன
உழைத்து களைத்ததா?
சிந்தும்மழைத்துளிகள்
உதிரும்வியர்வைத்துளிகளா?

சோம்பல் செத்தால்
உழைப்பு பிறக்கும்
உழைத்து முடித்தால்
களைப்பு பிறக்கும்

மழைத்துளிகள்வீழ்ந்தால்
உயிர்கள்செழிக்கும்
வியர்வைத்துளிகள்வீழ்ந்தால்
வாழ்க்கை செழிக்கும்!

- இராகுல்கலையரசன்

எட்டாத உயரம்

காற்றூதிகலைந்த
என் கனவுகள்,
காசு தவழ்ந்தால்
கரை ஏறுமோ!

விடிய விடிய உழைத்த காசுஎல்லாம்
விடிந்ததும் வட்டியாகும்
வழிந்தோடியவேர்வைகூட,
வேடிக்கையாக பார்த்து சிரிக்கும்...

ஓடி உழைக்கும்அப்பன,
அசந்து தூங்கி பார்த்ததில்ல
ஒருநாஒடஞ்சுபடுத்தாலும்,
ஒளறலுக்குகுறைச்சலில்ல

புலம்பி தவிக்கும்அம்மையின் அழுகை,
அனலாகபொசுகிடுதே
சுதிசேர்க்கும்கிழவியின் குரல்,
சோகத்தைகோர்க்கிறதே

ஆசப்பட்ட படிப்பு
எட்டாதஉசரந்தான்
எட்டிப் படிக்க துணிஞ்சாலும்,
பண மூட்ட எங்கிருக்கு

ஒரு மிடறு தண்ணீகூட
ஒழுங்காக எறங்கலயே,
நிலைகொள்ளாவிளக்காக
நாளெல்லாம்நகர்ந்திடுமோ!

- க்ரிஷ்பாலா

ஓட்டுநர்

குளிரிலும்மழையிலும்குறையா
இன்ஜின் சூடு,
சூடு தணிந்தால் பசியால் வாடும்
அவன் வீடு!
சந்தா கட்டுவதில்பஞ்ய்
பறக்கும் சம்பளம்,
அவன் சேர்த்த சொத்து
ஓட்டையில்லாதார்பாய்கம்பளம்!
சாலையின் விதிகளை அவன்
என்றும் மறந்ததில்லை,
வண்ண சாய சட்டைகளை
அவன் அணிந்ததில்லை;
வேகக் கட்டுப்பாடு அவன்
கையாளும் தந்திரம்
ஓட்டுநர் உரிமம் மட்டுமே
அவன் சேமித்தபத்திரம்!

- **சந்தியாமுரளிதரன்**

அனுதினம் போராட்டமே

மாசக்கடைசியில்பணமின்றிவீட்டைச் சமாளிக்க
முடியாமல் தடுமாறுபவர் அல்ல நாங்கள், மாசம்
முழுதும் போராடும் சாபம் கொண்டவர் தான்
நாங்கள்!
உழைத்தும்பத்தாது, உழைக்கா விட்டால் பத்தாது
என்ற வார்த்தையும்பத்தாது எங்கள் நிலை
உணர்த்த!
யாசிக்கும் நிலமை வந்துவிடும் கடன் என்ற
பெயரில்!
ஆசைப்பட்டதும்கிட்டாது,
ஆசைப்படு என்னும் வாய்ப்பும்கிட்டாது!
கிடைத்தது வைத்து வாழ்பவனே நடுத்தர வர்க்கம்!

-P.Rithika

நடுத்தர நாயகன்(கி)

நடுத்தர வாழ்க்கை என்ற
எண்ணமில்லாமல்நமக்கான
வாழ்வு என்கின்ற மனித இனம்!
கண் திறந்து பார்க்கும் இடமெல்லாம் பசியால்
வாடிய மக்களை
நினைத்து ஏங்கி,
உப்பிட்டகடவுளுக்கு நன்றி
சொல்லும் மனித இனம்!
கடின நேரங்களில் பணம் இல்லாமல் வாழ பழகிக்
கொள் என்று
கற்றுக் கொடுக்கும் மனித இனம்!வலிமையில்
சிறந்து விளங்கும்
மனித இனம்!
உழைப்பில் உயர்ந்து நிற்கும்
மனித இனம்!
ஒழுக்கத்தைஉயர்வாகக் கருதும்
மனித இனம்!
வீரத்தை ஒன்றாக போற்றும்
மனித இனம்!
ஏழ்மையிலும் நேர்மை தவறா
மனித இனம்!
கல்வியில் உயர வைக்க உயிரையும்
பெரிதெனக்கருதா மனித இனம்!
நித்தமும் உழைத்து பாடுபட்டு பணத்தில் தன்
பெயரில்லா
மனித இனம்!
பேராசை கொள்ளா மனித
இனம்!பிள்ளைகளின்கனவைநிராசையாக்கா மனித
இனம்!

ஒவ்வொரு பொழுதும் ஓடி ஓடி உழைத்து
கனவையேகனாவாக கொண்ட மனித இனம்!
கால் வைக்கும் நிலத்தில் காலணியையஉதரிவிடும்
மனித இனம்!
உப்பிடும்நிலத்தையே உயிராக மதிக்கும் மனித
இனம்!
நடுத்தர குடும்ப மனித இனம்!

- இந்திரலட்சுமி. இ

நடுத்தர வர்க்கத்தின் இளவரசி

நிறைவேறா ஆசைகள்;
எதிர்பாரா ஏமாற்றங்கள்;
அளவில்லாஅவமானங்கள்;
அடக்கமுடியாஆத்திரங்கள்;
துவளவைக்கும்துன்பங்கள்;
வெளிப்படுத்தமுடியா
வேதனைகள்;
காட்டமுடியாகோபங்கள்;
கட்டுப்படுத்த இயலா
கண்ணீர்;
எனும் வலி மிகுந்த நடுத்தர
வாழ்விலும்,
மனம் தரளாதுஅடித்துப் போட்ட
பிள்ளைக்கு
கண்ணீருடன் முத்தம்
கொடுக்கும் தாயும்;
அளவுக்கு மீறி பிள்ளைக்காக
தன்னையே உருக்கும்
தந்தையும்;
ஆயிரம் சண்டைகளுக்குப் பிறகும்
ஆதரவாய்அரவணைக்கும்
சகோதரனும்;
பெற்ற நான்,
ஒரு இளவரசி.
ஆம்,
பலருக்குஎட்டாக்கனியாய் இருக்கும்
நிம்மதியான நித்திரையை
வென்ற
"நடுத்தர வர்க்கத்தின் இளவரசி", நான்!

- ரா. சௌபர்ணிகா (அக்னி)

என் அப்பன் கதை

ஓடி ஓடி உழைத்தான் அரை நூற்றாண்டாக
உணவளித்ததுகுற்றமெனஅரைநிர்வாணமாய் நிற்க
விட்டது இச்சமூகம்
பளபளக்கும் ஆடைகள் அணிந்து கண்டதில்லை
மாதம் ஒரு முறை தாடி எடுத்ததில்லை
கூடுதலாய் உறங்கி கண்டதில்லை
பொறுமையாய் உணவு உண்டும்கண்டதில்லை
பெருமையாய்இப்பூமியில்நடந்ததும் இல்லை
இருப்பதில் தர்மம் செய்து
பசித்தோர்க்கு பசி தீர்த்து
அப்பண்பை எனக்கும் படிப்பித்தான்
ஏழை மகன்
பேராசை கொண்டதும் இல்லை
வீனாசை வந்ததும் இல்லை

நிற்க நேரம் இல்லை தான்
வெற்றியை கண்டதும் இல்லை தான்
கடனும் தலைக்கு மேல் தான்
என் அப்பன் கலங்கியதும்இல்லைதான்
நம் நிலை மாறும் நம் உழைப்புக்கு இம்மண் பதில்
கூறும்
என் அப்பன் பொன்மொழி

தீராத இவன் கடனும்
மாறாத இவன் ஓட்டமும்இருந்தும்
அவன் வலி மறைக்கிறான்
ஏனோ என்னை இளவரசியாகவே வளர்க்கிறான்
_என் அப்பன் ராஜா தான்!

- Maryam Ahamed jeelani sikkander

முள் பாதை

நிறைவேறாத ஆசைகள் எல்லாம்
நித்திரையில்நிறைவேறிடுமே
குடும்ப நிலையால் சில
கனவுகளும்சிதைந்திடுமே
அந்திபகல் என்று இவர்களுக்கு இல்லை
ஊதியமில்லா காலத்திலும்
உழைப்பினைக்கைவிட்டதில்லை
கடன்கள் உள்ள வாழ்க்கையில்
கனவுகளுக்கு மட்டும் பஞ்சமில்லை
கவலைகள் எல்லாம் கண்களை மறைத்தாலும்
உதடுகள் ஒருநாளும் சிரிக்க மறந்ததில்லை
இரவில்படுத்தாலும்உறக்கமில்லை
இமையோடு வந்து செல்கிறது
நீங்காத சில கவலை
ஒருவேளை உணவிற்காகதிண்டாட்டமும் இல்லை
உட்கார்ந்து உண்ணும் அளவுக்கு வசதியுமில்லை
ஏற்ற இறக்கமாக இருக்கிறது
இவர்கள் வாழ்க்கை நிலை
இதுவே நடுத்தர வர்க்கத்தினரின்
என்றும் நீங்காத அவலநிலை!
இவர்கள் உழைப்பால்விழுகின்றவியர்வையெல்லாம்
விதையாய் இருந்திருந்தால் பசுமையால் இந்த
பூமியே செழித்து மலர்ந்திருக்கும்
ஓய்வு என்பதை இவர்கள்
கையில் எடுத்திருந்தால்
இவ்வுலகத் தொழில்கள் எல்லாம்
முடங்கியேபோயிருக்கும்!

- உயிர்த்தெழு நதியா

ஆட்டுக்குட்டி

அரும்பும் வியர்வைக்கு
பல அற்புதங்கள் உண்டு
வியர்க்க வியர்க்கஉழைத்தால் உலகமே வசப்படும்
என்பது போலி வாசகம் போலும்!

வாழ்நாள் முழுவதும்
வியர்வையில் குளித்து
உழைத்தாலும்
கையும் காலும்தான்மிஞ்சுகிறது

ஏரோட்டி விதை விதைத்து
பக்குவமாய் பாத்தி கட்டி
களையெடுத்து
முற்றிய கதிரைப் பார்த்து
முகம் பூரித்து
ஆனந்தமாய் அறுவடை செய்து
பட்டணம் போய் விற்று வந்தாலும்
கொண்டு போன
கோணி மட்டுமே மிஞ்சுகிறது

அரைகுறையாய்த் தூங்கி
அதிகாலை விடியும் முன்னே எழும்பி
அரக்க பறக்க
ஓடி ஓடி
உழைத்தாலும்
ஓட்டு வீட்டில் ஓட்டை மண்சட்டி மட்டுமே
மிச்சமாகிறது

ஆடு மாடு வளர்த்தாலும்
கோழி குஞ்சு பொறித்தாலும்

கல்லூரி படிப்புக்கென
காசெல்லாம்காலாவதியாகிப் போகின்றது
காணி நிலம் மட்டும் கால் வயிற்றுக்குமிஞ்சுகிறது

நல்ல உடை உடுத்தியதில்லை...
உழவனுக்கு எதற்கு உடை?
தலைப்பாகை மட்டும் போதுமானதாயிருந்தது!

விதவிதமாய் உண்டதில்லை
கேப்பைக்களியேவாடிக்கையானது
பச்சை மிளகாயும் பழைய கஞ்சியும்
போதுமானதாயிருந்தது
ஏர்பிடித்துஉழுவதற்கு!

வருடத்தில் ஒருமுறை
பொங்கலுக்கு மட்டுமே
பொங்கிப் போட்டு
பெருமிதம் கொள்வாள் மனையாள்
எங்கள் வீட்டு
நெல்லுச் சோற்றை

மண்ணில் உழுது
பொன்னுசேர்க்கவும்முடிவதில்லை
பொண்ணை கரை சேர்க்கவும்முடிவதில்லை

காசு பணம் சேர்க்க ஆசையில்லை
சொத்து சுகம் சேர்க்கவும்பேராசையில்லை
உழைப்புக்கேற்ற ஊதியம் போதும்
அதற்கு இங்கே வழியுமில்லை!

உழைப்பை உறிஞ்சும்
ஓநாய் கூட்டத்தில்
சிக்கிக்கொண்டஆட்டுக்குட்டிகள்

நாங்கள்

வேலிக்குள்வாழ்ந்தாலும்
கூலிக்கு மாரடிப்பதால்
தினமும் இரவில் ஒவ்வொன்றாய் பலியாகும்
மந்தைக்கூட்டம் நாங்கள்

தினந்தோறும்
விடியலும் வருகிறது
அந்தியும்சாய்கிறது
இதில் எங்களுக்கான கிழக்கு ஏது!

-முனைவர்மு. துர்கா தேவி

வேதனைக் கடல்

போராட்டம் என்ற ஒன்றை என்றாவது மட்டுமல்ல
என்றுமே சந்தித்து வாழும் துன்பம் நிறைந்த
வாழ்க்கையே!
உழைத்தால் தான் சாப்பாடு என்பதை விட,
தினமும் உழைத்தால் தான் சாப்பாடு என்ற
நிலையில் வாழும் வாழ்வே!
தினம் தினம்உற்சாகக்குளியலில் வாழும்
பணக்காரர்களுக்கு தெரியாது உச்சிக்குளியலின்
வேதனை!

விழிகளைக் காக்கும் இமை போல நடுநிலை
வாழ்விலும் தன் குடும்ப மக்களைக் காத்து வாழும்
இமையாய் குடும்பத் தலைவன்!
கடலில் மூழ்கிய கப்பல் போல
கடனில்மூழ்கியவாழ்வி மீட்க வாழும் வேதனை
தீபங்கள்!

பணம் இருப்பவர்கள் பணக்காரர்கள் அல்ல! தன்
குடும்பத்தை மட்டுமே எண்ணி, காக்க
போராடுபவரே உண்மையான பணக்காரரன்றோ?

நடுத்தர குடும்பத் தலைவன் வியர்வை சிந்தி
உழைப்பது தன் குடும்பம் வியர்வை சிந்தாமல்
வாழ வேண்டும் என்பதற்காகவே!

தனக்கென யோசிக்காமல் தன்னைச் சார்ந்து
வாழ்பவர்களுக்காக உழைத்து வாழும் உன்னத
வாழ்வன்றோ?

பணத்தின் மீது ஆசையில்லாமல்நல்வாழ்வின் மீது
மட்டுமே ஆசைக்கொண்டுள்ள உயர்ந்த உள்ளம்
படைத்தவர்களே!

அதிகப்படியான துன்பங்களையும், குறைந்த
இன்பங்களையும் பெற்று துலாம்
கோலின்எடைகற்கள் போன்ற வாழ்க்கை!

எவ்வளவு உயர்ந்த இடத்திற்கு சென்றாலும், வந்த
வழி மறவாமல் வாழும் மனம் படைத்த வாழ்வே!

பிடித்ததைக் கொண்டு வாழாமல், கிடைத்ததைப்
பெற்று வாழும் நடுநிலை வாழ்வே!

நெருப்பினால் உண்டாகும் அனல் போன்ற வாழ்வில்
அதில் வாழும் புழுவைப் போன்ற மனித வாழ்க்கை!

ஒவ்வொரு நாளும்,
ஒவ்வொரு நிமிடமும்,
ஒவ்வொரு நொடியும் துன்பத்தைச் சகித்து வாழும்
நரகவாழ்வே!

- ர. லோஹிதா

ஏதோ பிதற்றல்

கிழியாத குணக்கிற்கும்மறையாதராவிற்கிடை
கூவுகின்றகோழியென கொத்தளத்தில் பல குரலும்
எழுதாதசாசனத்தில் அடிமைகளின் கைரேகை
எட்டியுதைக்கும் முதலாளிக்குகையினிலே தான
ரேகையாம்
நிமிராதகரப்பானாய்காலுடைந்துநிற்பதால்
கேள்விகுறி பிண்ணனியில் சாண்வயிற்றின்
அடம்பிடிப்புடைத்துவந்தபுழுபோலமேனியெங்குபச்
சைகொடி
சாய்ந்த கம்பமாய்சரியாதகுடும்பங்கள்

வண்ணமயமத்தாப்பில்வாழ்விழந்தோர்
எத்தனையோ
அரிசிவிலைகேட்டதுமேஅதிர்கின்றநெஞ்சுகூடு
எரிந்த குடிசைகளில்எரியாதஅடுப்புக்கள்
ஆனந்த ஓய்வறை சாம்பல்நிறபூனைக்கு
சகதிகளில்சருமபூச்சுசந்தனத்தின்நிலைக்கேட்டு
சமயலெண்ணெய் சச்சரவு வாழ்க்கையில்
கலப்படம் விடுமுறைக்குவிடுமுறையாய்
அருங்கதியின்நிலை கருதி
சாப்பாட்டில்வியர்வைத்துளி உப்புச்சற்றுதூக்கல்
தான்

சண்டையிடும்
நாய்கள்போலபாஷையற்றமனமொழிகள்
உத்தரவு கேட்காமல் வெளியேறுகிறது பசி
மாங்கல்யதோசமெனபலபொய்கள்முதிர்கன்னி
இளகுகிறாள் முத்தாய் யாரும் இல்லையென்று
பணமெனும்சொந்தமற்றபூவுலகின்விருந்தாளிகள்

புழுவுண்ணும்உடல்கொண்ட நடுத்தர வர்க்கத்தினர்
தண்ணிகுடம்தலைமுழுகததும்பியகண்களோடு
தடம்மாறாதுசுவடுடைத்தேன் எதையோ தேடியபடி!

- **மே. மு. மணிமாறன்**

நடுதர மக்களின் துன்பங்கள்

வியர்வை சிந்த உழைத்து
தேகம் வலிக்க உழைத்து
ஈன்ற பணம் இன்று
தண்ணீராய்செல்கிறது
எங்கே என்று தெரியாமல்

அதிகமான விலைகளில்விற்கப்படும் காய்கள்
வாங்க முடியாமல் தவிக்கும் நடுத்தர மக்கள்
பிடித்த வேலைக்கு செல்ல முடியாமல்
குடும்பங்களைப்பேனி காக்க
கிடைக்கும் வேலைகள் செய்யும் மக்கள்;

குழந்தைகளுக்குப்பிடித்ததை
அளிக்க முடியாமல்
தவிக்கும்பெற்றோர்களின் மனநிலை
ஆசைப்படும் பொருட்கள் வாங்க முடியாத

குழந்தைகளின் வேதனைகள்
அனைத்தும் அவர்களின் வலியே!

- மு. ஹர்ஷினி

சமாளிப்பதேவாழ்க்கையானால்

ஏணியிலேபாதியில்நிற்கின்றேன்!
எறஎற வழுக்கி விழுகின்றேன்!
பட்ட பாடு அத்துனையும்
நெஞ்சுக்குள்ளே புதைந்திருக்க,
மேலேரும் ஆசை மட்டும்
அலை கடலாய் வாரி அடிக்கும்
கண் முன்னே காண்பதெல்லாம்
களவாடஆசையல்ல
மனதோரமாய்உறவாடவே
ஆசையுண்டு
ஆசைதுறந்தபுத்தனென்று
ஊரெல்லாம்கூறையிலே!
ஆகச் சிறந்த துறவி ஆக,
அவனுக்கும் ஆசை இல்லையா?
என் உள் மனமும்கேட்கிறதே!
என் ஆசைகளோசட்டைப்பையில்!
அர்த்தம், நான் பணக்காரன் என்பதல்ல,
என் பணமே
என் ஆசைகளைத்தீர்மானிக்கும்!
என்பதே எதார்த்தம்
அண்டை வீட்டு குளிரூட்டி
என் வீட்டுச்சுவற்றை ஈரமாக்க,
என் வீடு மின்விசிறியோ
சத்தம் போட்டு உறக்கத்தைக்கெடுக்கிறது!
என் வீட்டு ஸ்கூட்டரின் சத்தம்
எதிர் வீட்டின் புல்லெட்டையேமிஞ்சும்.
தினம் வரும் பால்காரன்,

மாதமுடிவில் வரும் கடன்காரன்
இதையெல்லாம் சமாளித்தால்,
பிள்ளைகளுக்கு நோட்டு பென்சில்
பிரிட்ஜுக்குகாய்கறிகள்,
அதையும் உந்தித்சமாளித்தால்
என்னையும் கொஞ்சம் கவனி என்கிறது,
அலைபேசியின்மீள்நிரப்பு!

–தே.ஷாரிகா

வெளிநாட்டில் வாழும் தந்தையும், ஏங்கும் மகளும்

அன்புள்ள அப்பாவுக்கு,
என் அன்பை
அச்செழுத்தில்
அனுப்புகிறேன்!

நீ நலமா?
என்று கேட்காமல்,
நான் நலமாகவேஉள்ளேன்
என்றே
உன்னை
ஆறுதல் படுத்துகிறேன்

நான்
காற்றாடியில்
காற்று வாங்க,
காற்றில் விட்ட காற்றாடியாய்
அலைகிறீரோ!

வானவில்லாய்
வந்துபோகிறாய் வீட்டிற்கு,
நம் வாழ்வில்
வசந்தம்பெறவே!

உன் வரவை
எதிர்பார்த்து,
எதிர்நோக்கி
காத்திருக்கிறோம்
நாங்கள்!

கண்ணீரில்மிதந்தே
காலத்தைஓட்டுகிறாய்
தனியே!
நாங்கள்
காலமும் மகிழ்ந்திருக்கவே!
தியாகத்திற்கு
மறுபெயர் நீயே!
ஆனந்தமாய்இருப்பதாய்
சொல்லிக் கொண்டு
அழுது கொண்டிருக்கிறாய்!

வேதனைகளை
வெளிக்காட்டாமல்
வெந்து போகிறாய்!

காணாஇறைவனையும்
கண்முன் கொண்டுவந்தாய்
உன் உருவிலே!

சிரிப்புகளை சிதறி,
சின்ன சின்னஇன்பங்களை
உதறி,
உழைத்து உழைத்தே
உருகுகிறாய்!
உன் வெளிச்சத்தில்
உலகை ரசிக்கிறோம்
நாங்களுமே!

நீ
சிந்தும்வியர்வையிலே
நானும் உள்ளேன்
ஏசி-யிலே,

நான்
வாழ்வில் உயர,
நீ உழைத்து உழைத்தே
குறுகிப் போகிறாய்!
சுற்றும் பூமியும்,
தோற்றுப்போகும்
சுற்றி சுற்றி
உழைக்கும்
உன் கால்களுக்கு முன்பு!

- கி. மஞ்சு

உழைத்துக்களைத்தவன்

நெற்றி வேர்வை நிலத்தில் சிந்தி
உழைப்பவன் ஏழை விவசாயி

உழைத்த அருமை உணர
உலகை வழியும் நடத்த
தன்னை ஈந்து
வழிகள்கண்டவன்
வள்ளலானவன்
உழைப்பில் வள்ளலானவன்

தனக்காக என்றில்லாமல்
தன்குடும்பம்
பிள்ளைகளுக்காக
உழைப்பைக்

கையில் எடுத்து ஓடாய்த்தேய்ந்தவன்
இரத்தம் சிந்தியோர்கோடியிருக்க

உழைத்து உழைத்து நெற்றி வேர்வை சிந்தி
நேர்மையாய்வாழ்ந்திட
வந்தவர்களையெல்லாம்

தன்னில்கண்டவன் விவசாயி
தன்னலமற்றவன்
விவசாயி
மண்ணிடம் மல்லுக்கு
நின்றவன்
மனிதம் காத்தவன்

தன்வேர்வையைச்
சிந்தி உலகைக்காத்தவன்

உயிர்களைக் காக்க
இறைவனாவன்
இன்னருள் கொண்டவன்
தனது உழைப்பினால்
மக்கள் பலனடைய
தன்னை வருத்தி
உயிரைக் கொடுத்து
உழைத்திட்டவன்
அரை வயிறு கால்வயிறு
உண்ண
உணவில்லாமல்
தவிக்க
உலக உயிர்களின்நலம்
பெறவேஉள்ளத்தில்உரமேற்கொண்டுஉழைத்தவன்
உறவைவளர்க்க
உணர்வைவிட்டுக் கொடுத்தவன்
விவசாயி
விளைநிலத்தின் சூத்திரதாரி
நெற்றி வேர்வை
சிந்தியவன்

நெடுந்துன்பத்தில்மூழ்கியவன்
முத்தெடுக்க
உழைப்பை மூலதனமாக்கியவன்!

-முனைவர்கவி.சு. நாகவள்ளி

நடுத்தரப் படகு

கனவுகளுக்கும்
குடும்பத்திற்கும்
இடையே தத்தளிக்கும்
படகாய்!
பிடிக்காதெனினும்
கிடைத்த வேலைகளைச் செய்து –
வருமானமீட்டித் தன்
இல்லத்தின்தேவைகளையெல்லாம்
பூர்த்தி செய்துகொண்டு–
கலங்கரைவிளக்கமாய்
வழிகாட்டிடும்நம்பிக்கையைப்
பற்றிக் கொண்டு –
இன்னல்களுக்கு இடையே
தன் கனவுப் பாதை நோக்கி
அடிகள் பல பட்டு
அடியடியாய் ஆனாலும்
நிலையாய் நகர்ந்து
பல போராட்டங்களுக்குப்
பின்னரே தன் கனவுக்–
கரையானஇலட்சியப் பாதை
அடைந்திடும் ஆனந்தம்
பெருகிறது நடுத்தர
வர்க்கத்துவாலிபம்!

- **ச. த. ரேணுகா**

சாமானியப் பெண்

அண்டம் முழுவதும் தேடினேன்
அன்பு மட்டும் கிடைக்கவில்லை
ஆகாய வரை சொல்ல வேண்டுமென்று ஆலமரம்
விழுதாய் மனதினுள் பறந்து கிடக்கின்றேன்
இச்சைகள் பல என்னுள்
இசைகள் கேட்டு மன திருப்திக்கொள்கிறேன்
உள்ளம் மட்டும் இருந்தால் போதாதாம்உள்ளங் கை
நிறைய காசு வேண்டுமாம்
எள்ளளவும் தீய எண்ணம் இல்லை
எந்தைப் போல உழைக்க எண்ணினேன்
ஏசாச்சிறப்பை எட்ட நினைத்தேன்
ஐயங்கள் பலவற்றைநீக்கினேன் ஒவ்வொன்றாக
வாழ்வில் மாற்ற ஆசை ஓடாய் உழைத்த என்
தாயைக்
கண்டேன்
கடைசியில்,
நாங்கள் ஒரு நடுத்தரக் குடும்பம் என்பதை
உணர்ந்தேன்!

- தேன்மொழி

தேவை மட்டும் தேவையாக

தேவைகள்அதிகமிருந்தும்
தெவிட்டாமல் வாழ்கின்ற வாழ்கை இது!

சொல்லும் முன்பே
தேவை புரியும்
கேட்கும் முன்பே அதன்
தேவை குறையும்!
அப்பா சட்டைப்பை
உப்பி இருந்தால்
நாட்கள் கூட நொடிகளாகும்
ஒட்டியிருந்தால்
நொடிகள் கூட வாரங்களாகும்!

மளிகைப்பொருள் வாங்க
தொடைக்கப்படும்
சட்டைப்பைகளும்
வங்கிக்கணக்குப்புத்தகமும்!

வெளியூர் பயணமென்றால் மாதங்களுக்கு முன்னே
கடுகுடப்பாவில் குடியேறும்
காசோலைகள்
தந்தையோபீடியையும்,
தண்ணியையும் விட்டு விடுவார்!
பள்ளியில் சுற்றுலா என்றாலே
எனக்கு விடுமுறைதான்!

பென்சிலின் முனை விரலிடுக்குவரும்வரை விடாது
எழுத வேண்டும்
பாப்பாவுக்கு திருநீறு மட்டுமே

அழகு சேர்க்கும்!

ஞாயிறு கறி சமைக்க
வெள்ளியே
விருதமெடுக்கும்!!

காய்ச்சல் கூட வந்தாலும்
மிளகு ரசமே எங்கள்
மேலான மருத்துவம்!

அடுப்பூதும்போது மாறி மாறி அடித்துக்கொள்வோம்
அம்மா கண்ணுக்கு ஒத்தடம்
கொடுக்க!
நெலவு சட்டம் முறிந்து கிடக்க
பனைமரசட்டத்தை பாங்காக
முட்டுக்குடுப்போம்!

கடைத்தெரு போயிவந்தா
கல்லமுட்டாயும்
தேன்மிட்டாயும்
எங்களுக்கு கண்டெடுக்காத
அற்புதங்கள்!

இரண்டு நாளுக்கு ஒன்றென
ஒட்டப்பானையில அம்மா ஒழிச்சுவைப்பாங்க!

ஆறாவதுபொத்தளுக்கும்
ஒட்டுப்போட்ட என் தாவணி
அடுத்தப்பொத்தளுக்குஇடமில்ல!

அப்பா சட்டையில நான்
போட்ட ரோஜாப்பு
நூல் கோர்ப்பு நேரு மாவுக்காக இல்லா

அந்த கிழிஞ்சல்தெரியாம இருக்க!

இன்னும் மாறுல எதுவும்
மாறட்டும்
தேவையும்
தேடலும்!

- மா. வசந்த்குமார்

கனா ஏக்கம்

கஞ்சி சோறு உண்ண காயப்பட்டு
கனவு மெய் பட வலி அனுபவித்து
பட்டதெல்லாம் பாடம்
கற்றது எல்லாம் ஞானம்
ஆகாயம் பார்த்த அழுகை
ஏக்கம் தீரா வறுமை
எத்திசையும் வறட்சி
மாற்றம் நிகழாது போராட்ட புரட்சி
குடும்பமும் கோவில் தான்
வேண்டினாலும் வேடிக்கை
தான் நிகழ்கிறது
நேரம் அறியா உழைப்பு
நிறைவு இல்லா வருமானம்
மாற்றம் நிகழுமோ வாழ்க்கை
ஏமாற்றமோ கிடைப்பது வாடிக்கை
புயலும் மழையும் அனலும்பழகி செல்ல
வறுமை மட்டுமே விலகி
செல்லாவிதிவிலக்காகிறது!

- மு. முஹம்மதுஉமைர்

முயற்சியை கையில் எடு மனிதா

தோல்விகள் தான் உன்னை செதுக்கும்
உளிகள்
மனம் தளராதஉறுதியைகொண்டால்
வெற்றியின்பூப்பாதையில்மகிழ்ந்திடுவாய்
செல்லும் பாதையில் கடினம் இருந்தால்
தான்
மேதையாகின்றஅனுபவங்களைப்பெறுவாய்
மனம் உடைந்து முடங்குவதால் எந்த பயனும்
இல்லை
வீறுகொண்டு எழுந்தால் தான் வீரனாக முடியும்
முடியாது என முடங்கிவிட்டால் உன் மனமும் கேலி
செய்யும்
முடியும் என கடந்துவிட்டால் முயற்சியும்
கைகொடுக்கும்
ஐந்தறிவுகொண்டஉயிர்கள் கூட முயற்சிக்கின்றன

நீ முயற்சி செய்ய யோசித்தால் ஆறறிவு இருந்தும்
பயனில்லை
முட்டி மோதக்கூடியசவால்களுக்குசலிப்பெதற்கு
வெற்றியை நோக்கிய பாதையில்
விழித்துக்கொண்டிரு
நிச்சயம் முடியும்!

- இளங்கவிசு. தீபிகா

வறுமையின் வலி

ஓட்டு வீடு எங்களது சொர்க்கம்
தடுப்பு ஒன்று அமைத்து சமையலறை
ஆக்கிருப்பாள்
என்னை பெற்றவள்
ஓர் அறை போதும்
எங்களது வாழ்விற்கு
தந்தையின் வருமானம்
மாத இறுதியில் ஓய்ந்திருக்கும்
சகோதரியின் கிழிந்த ஆடையில் ஆயிரம் ஒட்டுகள்
மறைந்திருக்கும்
எங்களின் அதிகபட்சஆசையே
சிறிது விசாலமான அறையும்
கிழிசல் இல்லா ஆடையுமே
ஆயிரம் துளைகள் இருக்கும் வீட்டிற்குள்ளே
வறுமை வைத்து அடைத்திருப்போம்!

- இதய தூரிகன்

ஊக்கம் எல்லாம் வயிறு

அனுதினமும் வேலை செய்தால் தான்
ஆகாரம் எங்களுக்கு
இல்லையின்னா பட்டினி தான்
ஈ கூட எட்டி பார்க்காது என் வீட்டு சட்டிபானையை
உழைப்பால் உணவு பெறுவோம் நாங்கள்
ஊக்கம் எல்லாமே வயிறு தானுங்க
என்னோடஆசையெல்லாம் என்
புள்ளைநல்லாஇருக்கனும்
ஏராளமான கடினமெல்லாம்தாங்கிடுவேன்
அதுக்காக
ஐயம் இல்லை எல்லா தொழிலும் செய்வோம்
ஒழுங்கான சம்பளமும் கிடையாது
ஓலை குடிசை தாங்க எங்கவீடு
அவசியம் என் பிள்ளை வருவானுங்ககலெக்டரா!

-கவிச்செம்மல்ஆ. நித்யகல்யாணி

ஏக்கவரிகள்

வேகமாய் சுழன்று கொண்டிருக்கும்இப்பூமியில்,
சில்லறையை சேமித்து,
வியர்வையை உதிரமாக்கி,
உடல் தேய்த்தாலும், உள்ளம் சோர்ந்தாலும்,
அரைவயிற்றுபசியுடன்வேலைக்குச் சென்று,
கடுமையாக உழைத்து,
வீட்டிற்கு வரும் அனைத்து நடுத்தர மக்களின்
கூற்றோஒன்றுதான்,
உரைக்கிறேன் கேளுங்கள்!
என் உடலினைஇயந்திரமாகமாற்றினேன்
என் கடினஉழைப்பினைஉரமாக்கி,
உங்கள் அனைவரையும் இயங்க வைக்கிறேன்!
பண்டிகையன்று உங்கள் வீட்டிலோ கொண்டாட்டம்,
ஆனால், உழைக்க செல்லவில்லை என்றால்
அன்றும் எங்கள் வீட்டிலோ திண்டாட்டம்!
இலவசமாக எதற்காகவும்ஏற்கவில்லை,
உரிய வேலையும், போதுமான மதிப்பும்,
வேலைக்கேற்றஊதியமும் கிடைக்க ஏங்கி
கொண்டிருக்கிறேன்!
எங்களின் ஒரு நாள் வாழ்க்கையை வாழுங்கள்,
பிறகு அறிவீர்கள் நடுத்தர மக்களின்
வாழ்வைப்பற்றி!

–நந்தினிமாரப்பன்

நயமான நடுத்தரவாழ்வு

கனவுகண்ட படிப்பு
கற்பிக்கும் முன்னே
கனவாகிபொய்ப்பிக்க!

கோடி செல்களில்
புகுந்த காதல்
கரை சேராமல்
கரைந்தேபோய்விட!

செல்வமானவாழ்வை
காலம் நிராகரிக்க!
வளமான வாழ்வை
மாதச்சிக்கனம் நிர்ணயிக்க!

வானம் ஏறும் ஆசையை
குண்டு சட்டிக்குள் போட்டு
அடைத்து – விருப்பத்தை
புதைத்த இடத்தில்
புல்பூண்டாய் நல்லது
முளைப்பின், கண்ணீரிலும்
நிம்மதி தேடுவதே
நயமான நடுத்தரவாழ்வு!

- **மாயாதி**

எப்போது விடியல்

உச்சந்தலையில் இருந்து சிந்தும்
வியர்வைத் துளி தாகம்
தீர்க்குமென்றால் அவர்களின் கண்ணீர் துளி
எதைத்தீர்க்கும்!
பசி ஒரு உணர்வு தான்!
பணமில்லாத பசி அவமானமாகிறது!
மனமுவந்து பிறருக்கு கொடுப்பவன்
தான் பணக்காரன்! ஆனால்,
இங்கு கொடுப்பவனுக்குஉபதேசமும்
சுருட்டுபவனுக்குஉபசரிப்பும் அல்லவா
கிடைக்கிறது! மனிதனின் மனவலிமையை
நடுத்தர வாழ்வே தீர்மானிக்கிறது!
மரணம் கூட மகிழ்ச்சியென்றால்
இறைவன் அதையும் கூட
தர மறுப்பான்!
நடுத்தர மக்களுக்கு!

- **Priya**

நடுத்தர உழைப்பு

ஒரு போதும் உன் உழைப்பை
கை விடாதே! தோல்வி மற்றும்
நிராகரிப்பு ஆகியவை வெற்றி
பெறுவதற்கான முதல் படிகள்.

இதைச் செய்ய முடியாது என்று
சொல்லுபவர்கள், செய்து
முடிப்பதற்காக கடினமாக
உழைப்பவர்களுக்கு இடையூறு
செய்யக் கூடாது.

கடினமாக உழைக்காததை விட
மோசமானது, தவறான திசையில்
கடினமாக உழைப்பது.

தடைகள் இருக்கும்; சந்தேகங்கள்
இருக்கும்; ஆனால் கடினஉழைப்பால்
இவை அனைத்தையும்
வெல்ல முடியும்!

உங்களுக்கும் வெற்றிக்கும்
இருக்கும் இடைவெளி
கடின உழைப்பு.

வெற்றி பெற விரும்பினால்
உங்கள் பாதையில் உள்ள
தடைகளைச் சமாளிக்க நீங்கள்
உழைக்க வேண்டும்.

நாம் எப்போதும் மற்றவர்களின்
செல்வத்தையும் வாழ்க்கை
முறையையும்பார்க்கிறோம்;
ஆனால் அவர்களின் கடின
உழைப்பை பார்ப்பதில்லை.

வேலை செய்யுங்கள்!
உங்களுக்குத்தேவையானதைப்
பெறுவீர்கள். கடினமாக
உழைத்தால் நீங்கள் விரும்புவதை
நீங்கள் பெறுவீர்கள்.

கடினஉழைப்பின்விதைகளை
விதைக்கவும் நீங்கள் வெற்றியின்
பலனை அறுவடை செய்வீர்கள்.

இலகுவாக கிடைக்கும் எதுவும்
விரைவில் மறைந்து விடும்.
கடினமான உழைப்பினால்
கிடைப்பது மட்டுமே
நிலைத்து நிற்கும்.

உங்களது அனைத்து
உழைப்பையும் கடைசி
நேரத்தில் கைவிட்டால் உலகம்
உங்களை ஒரு போதும் அறியாது.

கடினமாக உழையுங்கள் உங்கள்
உழைப்பை மட்டும் நம்புங்கள்.

அனைவரும் வாழ்வில் உயர
விரும்புகிறார்கள். ஆனால் பலரும்

கடினமாக உழைக்க விரும்புவதில்லை.

மற்றவர்களிடம் இருந்து உன்னை
வேறுபடுத்தும்விடயம்
உன் உழைப்பு தான்.

உன்னால் முடியாது என்று
உன்னிடம் நீ மட்டுமே சொல்ல
முடியும். அப்படி உன் வாய்
உன்னிடம் சொல்லும் போது
நீ செவிடனாய் இரு.

ஒரு விடயத்தை நிறுத்த
எண்ணும் போது அதை ஏன்
தொடங்கினீர்கள் என்று
சிந்தியுங்கள்.

செயல் என்பது அனைத்து
வெற்றிகளுக்கும்அடித்தளமாகும்.

கடின உழைப்பு சிறந்தது.
அது என்றும் பலனளிக்கும்.

உங்களிடம் இருப்பதற்கு
நன்றி சொல்லுங்கள் உங்களிடம்
இல்லாதவற்றிற்காக
கடுமையாக உழையுங்கள்.

எந்த போராட்டமும் இல்லை
முன்னேற்றமும் இல்லை என்றால்
வெற்றியும் உனக்கு இல்லை.

கடவுள் எல்லாவற்றையும்

உழைப்பின் விலையில் விற்கிறார்.

நீங்கள் நேற்று செய்ததை விட
இன்று நீங்கள் கடுமையாக
உழைக்க வேண்டும்.

கடினமாக உழைக்க
பெரிய கனவு தேவை.

உறுதியுடன் எழுந்திருங்கள்
திருப்தியுடன் நித்திரைக்கு
செல்லுங்கள்!

-கவிகவிஞன்இரா. சதீஷ்குமார்

பணம்

பத்து மாதம் சுமந்தாள் என் அன்னை, நான்
இவ்வுலகை காண கொண்டுவா பணத்தை
என்றனர்;
பூ உலகிற்கு வந்தேன், பூப்பெய்தும் நாள் வரை
தெரியவில்லை பணம் பேசும் என்று;-ஆம் பணம்
பேசும்.
பள்ளி என்னும் சோலை முடித்து, கல்லூரி என்னும்
சாலை
போக நினைத்தேன்;
முதல் மதிப்பெண் என்ற பெருமிதத்துடன் சென்ற
என்னை முதலில் தூக்கி வா பணத்தை என்றனர்.
பணத்திற்கு முதலிடம் என்றால் முதல்
மதிப்பெணுக்கு எவ்விடம்?
கல் உடைத்து, மண்
மிதித்து கடன் வாங்கி அனுப்பி வைத்தாள் என்
அன்னை-
பட்ட கடன் அடைக்க படியாக கை கொடுக்கும்
என்று படிப்பை முடித்தேன்- ஆம்
வேலை கிடைக்கும் வேளை வந்துவிட்டது என்று
மன மகிழ்ச்சியில் சென்று
கல்லூரியில் கால் பதித்த என் கால்கள் கம்பெனி
நோக்கி சென்றது. -ஆம்
உலகில் எத்தனையோ கம்பெனி, ஆனால் எனக்கு
என்னவோ அது எட்டா கனி-ஆம்
அங்கும் பேசியது பணம் தானே!

- மு கௌரி

நடுத்தர குடும்பத்தின் நிலை

ஆயிரம் ஆசைகள் இருக்கும்!
ஆனால் அதையெல்லாம் நிறைவேற்ற
கையிலகாசுதான் இருக்காது!
பள்ளியில படிக்கும்போது பணக்கார பசங்க
சைக்கிள்ளுலவருவாங்க!
நானோ கால் நடையாநடந்துதான்
கால்நடை போல சுத்துவேன்!
சொந்தமா சைக்கிள் வாங்க முடியல!
வாடகைக்கு வாங்கி,
அஞ்சு நிமிசம் ஓட்டி அழகு பார்ப்பேன்!
கல்லூரி படிக்கும்போது பசங்க,
பைக்கில தான் வருவாங்க!
கண்ணெல்லாம் அது மேல!
ஆனால் குடும்ப சூழ்நிலையால,
ஆசை கூட தூசியாபோயிருமய்யா!
ஆடம்பர வாழ்க்கைய அப்பப்ப
ஆசைபட்டுத்தான் பார்ப்பேன்!
ஆசை மட்டும்தான் படமுடியுமுன்னு
நல்லாபுரிஞ்சுக்கிட்டேன்!
காசு மட்டுமா இல்லமனசுல
மாசும்தானய்யாஇல்ல!
எங்கஆசைகளும்நிறைவேறுமய்யா!
எங்கவாழ்வும்உயருமய்யா!

- தமிழ்மகன்ப. சிவபிரகதீஷ்

நட்டுத்தர மக்களின் குரல்

ஓடி ஓடி உழைத்து
சிறுகசிறுக சேர்த்து
மாதம் தோறும் தவனையினைத் தவறாமல்
செலுத்தி
மாற்றிவிடும்வாழ்கையேஎம்வாழ்கையாகும்

கடிகாரம் போல் நாள் தோறும்
நிற்காமல் ஓடுகிறோம்
பல கணவினை மனதில் சுமந்து
பொருப்பினைத்தோள்களில் சுமந்து
நித்தமும் உண்ணும்
உணவெல்லாவியர்வையாகவெளியேற்றும் வரை
உழைக்கிறோம்
நாள்தோறும் வேலையைச்சரியாகப் பார்த்து
எம் விருப்பு வேறுப்புகளைத் துறந்து
வெறும் வேலை உயர்வு சம்பளஉயர்விற்காக
முதலாளின்உயிராய் உழைக்கிறோம்

வரும் எமக்கும் ஒரு காலம்
நாங்கள் இழந்த அனைத்துக்கும்
ஊதியம் ஒருநாள் கிடைக்கும்
அவை அடையும் வரை நிற்காது இந்த ஓட்டம்
நாங்கள் யாவரும் உழைக்க அஞ்சிடாத
உழைப்பாளிகளின்கூட்டம்!

-கவிப்பித்தன் (கார்த்திக்வேல்)

நடுக்கமான வாழ்க்கை

சிறுகச்சிறுகசேர்த்துவைக்க!
ஓடாகத் தேய்ந்து ஒன்றை வாங்கி வைத்து!
குடும்ப நிலைக்காக ஒரு ஓட்டம்!
வாங்கிய பொருளுக்கு வரி கட்டுவதற்காக ஒரு
ஓட்டம்!
ஆசைப்பட்ட பொருளை வாங்க ஒரு ஓட்டம்!
கனவுக்காக ஒரு ஓட்டம்!
அது நிறைவேறுமா? அல்லது கானல் நீரா? என்ற
புரியாத நிலை!
கடனை வாங்கி கந்தலாகிவாட!
கடன் கொடுத்தவர் ஒருபுறம் கத்த!
அவர் பேச்சு ஏச்சையெல்லாம் கேட்க முடியாமல்
வெட்கி தலைகுனிய!
கடனைக்கட்டமுடியாமல் தன்னையே மாய்த்துக்
கொண்டு!
குடும்பம் நடுத்தெருவில் நிற்க!
இதுவும் கடந்து போகும் என்று கூறி காலத்தை
ஓட்டுவதே!

நடுத்தர மக்களின் நடுக்கமான வாழ்க்கை!

- **பி. மா. வேதா**

கந்தகபூமி

நாங்க உழைக்க வேற வேலை இல்லைஇந்த
கந்தகபூமியிலே மழை பெய்ய வழியுமில்லைநட்டு
வச்சபயிரும்நீரின்றிவாடுதடா!
எங்கள்வயிற்றுப்பசிதீர்க்கவந்ததடா ஓர் தொழில்
பட்டாசு தொழில்!
எங்கள் வாழ்வு செழிக்க வந்ததென்றுநினைத்தோம்;
எங்கள் வாழ்
வழிக்கவந்ததென்றுஅறியோமே!பட்டாசு வெடிக்கும்
மக்களே நினைத்து பாருங்கள்எங்கள் நிலையை
வெடிக்கும் வெடியில்
எங்கள் சத்தம்
இந்த கந்தகபூமியிலே ஏது நிசப்தம் ,
அரவணைப்பை இழந்த குழந்தைகள் வறுமையிலே
புத்தகப்பைதூக்கவில்லை ,
பட்டாசு திரிசுத்துதே ,
சாந்து சட்டி தூக்குதே,
இதை கேக்க ஒரு சாமி இல்லை,
எங்களை காப்பாற்ற ஒரு நீதி இல்லை,
எங்கள் உள்ள
குமுறளின்கண்ணீர்விட்டுஆறாய்ஓடுதடா எங்கள்
கண்ணீர் நாங்கள் அழுதாலும் புலம்பினாலும்,
உயிர் விட்டாலும், எங்களுக்கு வேறு தொழில்
இல்லை
அதனால் மீண்டும் வெந்தே சாக முடிவெடுத்தோம்
இந்த கந்தகபூமியிலே பட்டாசு ஆலையிலே!

-பூவை செல்வா.

உழைக்கும் வர்க்கம்

கண்ணீரும்வியர்வையும்நட்பாகி
மேனியில்உப்பைபடர்த்தும்!
வீட்டின் நிலையை அறிந்தே
கைகள் செலவு செய்யும்!
தேகங்கள்வியர்வைச்சிந்தி
உள்ளங்கள்உழைப்பால் உயரும்!

உழைப்பின் கடினம் உணர்ந்து
மெல்ல மீட்கும்கீதங்கள்!
மனதை வருடும்இசையில்
வானொலிபெட்டியின் கூக்குரல்!

காதல் கொள்ளும் மனதை
தள்ளி வைத்து பார்க்கும்!
கடமைகள் தீர்ந்த பின்னே
தன்னை நோக்கி சிந்திக்கும்!

- **ரஞ்சனி பழனிசாமி**

நடுத்தரமேநிரந்தரமோ

உலகில் வாழ தெரியாது வர்க்கம் யாதெனில் கேட்டால்,
என் போன்ற சமூகத்தில்திண்டாடும் நடுத்தர வர்க்கமென்பேன்!

கோடியில்சொகுசாய்புரல்பவனுக்கு
வறுமை கண்ணுக்கேதுளிதெரியாது,
தெருக்கோடியில்புரல்பவனுக்கு
வசதியென்னும் வாசலுக்கு வழிதெரியாது,

கோடியும்தெருகோடியும்
இல்லாமல் சோற்றுக்கேசிந்திக்கும்
என் போன்ற நடுத்தர வர்க்கத்திற்கு
வாழவேதெரியாது!

பாரினில்பலவேலைகளும்வாய்ப்புகளும்கிடைப்பினும்;
பணம் என்னும்
உந்துசக்திஇல்லையேல்மதிப்பிங்கேது?

நடுத்தர வர்க்கமேநிரந்தரமோ?
எப்போது கிடைக்கும் இதற்கான
உச்சிக்குளியல்விடியலொன்று!

- **கவிஞர் பாரதி பாஸ்கி**

வியர்வையில்விளைந்தமுத்துக்கள்

அகிலத்தின்அங்கமாக
ஆரம்பித்த காலம் முதல்
அண்டத்தில்பிண்டமாகும்வரை
அமைந்திருக்கும் போராட்டம்- எம்போராட்டம்!

அரசு மருத்துவமனையில்
ஆயிரம் சேய்களுக்கு
அருகில் உதித்தது- எம்போராட்டம்!

பசித்தபோது
பால் பருக
பகலெல்லாம்உழைப்பவராய்-எம்போராட்டம்!

தவழும் வயதில்
தந்தையின் கரங்களில்
தவழ முடியாத வாழ்வு-எம்போராட்டம்!

மழலை மொழியை
மனங்குளிரகேளா
மங்கையின்பிள்ளைகளாய் -எம்போராட்டம்!

ஆசைப்பட்டபொம்மையையும்
அனணத்துபார்க்கா
அதிர்ஷ்டமில்லாபதுமையாய்-எம்போராட்டம்!

கல்வி மகளை கரம்பிடிக்க
கரங்கள் ஆயிரத்தை

கரம்கூப்பிநிற்பவராய் -எம்போராட்டம்!

வேலைத்தேடி வீதி தோறும்
வியர்வைகளைவிதைக்கும்
விவசாயிகளாகதிகழ்வோம்-எம்போராட்டம்!

வாழ்வில் அடுத்த அடியே
வைக்க ஆயிரம்
வசவுகளைக்கேட்பவராயாய்-எம்போராட்டம்!

இத்தனை போராட்டமும்என்றாவது
இன்பத்தைஇடமார
இரசித்திடமாட்டோமா என்ற ஏக்கத்தில்
இவ்வுலகில் வாழும்
ஒவ்வொரு நடுத்தர வாதியும்
வியர்வையில்விளைந்தமுத்துக்களே!

- **த.நர்மதா**

உழைப்பின் உருமாற்றம்

ஓய்வில்லாமல் உழைத்து
தேய்ந்து போன கைகள்

உழைக்கும்போது
ஏற்பட்ட மனகசப்புகள்
என் மகனைப்
பார்க்கும்போது
காற்றில் கலந்தன

என்னுடைய வியர்வைத்
துளிகள் மகனின்
கல்விக்கட்டணமாக
மாற்றமானது

நான் உழைத்து
தேய்ந்து போனாலும்
என் மகன்
பாரெங்கும் அறிவு ஒளி
வீசினான்

என்னுடைய உழைப்பு
என் மகன் எதிர்காலத்தின்
அடித்தளம்

நான் உழைத்தேன்
என் மகனை சிற்பமாக
செதுக்குவதற்கு

உழைப்பு ஒருவனின்

வாழ்நாள் சொத்து
அதை நீ
இழந்தாய் எனில்
வாழ்க்கைத் தடம்
வழிமாறி செல்லும்
சிந்தனைகள்சிதறிவிடும்

உழைத்துப் பழகு
உடலினை உறுதி
செய்
உழைப்பே உன் வாழ்க்கையை வளமான
பாதையில்
வழிநடத்தி செல்லும்!

- **மு.பெருமாள்**

உளிகளின் விலாசம்

மிச்சத்தை மட்டும் உண்டு,
மிஞ்சியதை மட்டும் சேமித்து,
வீசப்படும் விதைகளுக்கும்
விலாசம்தரும்பூமாதேவியின்
அன்பைபோல்!

அடுத்தவர் ஆற்றும் குறைகளில்
நம் பிழையைஉளிகொண்டு,
நாம் செதுக்கி, விடாமுயண்று
சாதனை படைப்போம்.
போதையில்வீழ்ந்தவனுக்கும்!
பேதையைச்சுமந்தவளுக்கும்!
புது விடியல் இங்கு பிறக்கும்.

சுமைகளில்வீழ்ந்தும்
சுகமாய்எழுபவர்கள்நாம்!

பேரிடழால்நடுத்தெருவிற்க்கு
தள்ளப்படுகிறதுநடுத்தரவர்கம்
எனும்நம்வாழ்வு?

விடியலைத்தேடி
விலாசம் தொலைத்தும்!

மீட்டிவிட்டேன்
வீட்டையும்விலாசத்தையும்!

- **மாலதி ராமதாஸ்**

www.ingramcontent.com/pod-product-compliance
Lightning Source LLC
LaVergne TN
LVHW040336171026
850499LV00046B/2099